AF448408

Tủ Sách Bảo Anh Lạc 91

NGHI THỨC CHẨN TẾ MƯỜI HAI LOẠI CÔ HỒN

(Cúng vào những ngày đại lễ như Rằm,
Phật Đản, Vu Lan, Vía và Khóa tu hàng tháng)

Thích Nữ Giới Hương
biên soạn

Nhà Xuất Bản
HƯƠNG SEN

HƯƠNG SEN PUBLISHER

Huong Sen Buddhist Temple

19865 Seaton Avenue,

Perris, CA 92570, USA

Tel: 951-657-7272, Cell: 951-616-8620

Email: huongsentemple@gmail.com,

thichnugioihuong@yahoo.com

Facebook:https://www.facebook.com/huongsentemple

Web: www.huongsentemple.com

First edition © 2024 Huong Sen Buddhist Temple

Chẩn tế là đại bố thí cho loài quỷ đói cùng tụng kinh khai thị và cầu nguyện cho 12 loại cô hồn thoát khỏi kiếp ngạ quỷ.

Sửa soạn một bàn có tượng Tiêu Diện Đại Sĩ, bông hoa, trái cây, nhang, đèn, tiền lẻ, cháo, gạo, nước, muối, bánh, kẹo, sữa, đậu phộng, khoai luộc, bắp, mía...

Thỉnh Chư Tôn Đức Tăng Ni và Phật tử ngồi hai bên bàn để từ bi cúng thí.

MỤC LỤC

Vài vị Phật tử đại diện quỳ trước tượng Tiêu Diện Đại Sĩ, đốt hương, dâng hương.

Chủ Lễ Xướng: **Tín chủ tựu vị. Phần hương, Niệm hương, Hiến hương, Khởi thân lễ ba lạy.** (cắm nhang lên bàn thờ, ba lạy), **Hồ quỳ** (quỳ xuống).

Chủ lễ nguyện:

Hôm nay, đệ tử chúng con là......, tại...... cung đối trước Tam Bảo, nguyện làm lễ chẩn tế cúng thí mười hai loại hồn, trì tụng Kinh A Di Đà và Mông Sơn Thí Thực, xưng tán Hồng Danh, tu hành công đức.

Chúng con sắm sửa hương hoa phẩm vật, cúng thí mười hai loại Âm Hồn Các Đẳng, vất vưởng thê lương, không nhà không cửa, không nơi nương tựa, đói khát thảm thương, hoặc nơi chiến trường hoang dã, ngã gục tan thây, hoặc nơi thâm sơn cùng cốc, rắn độc gấu beo, hoặc nơi sông sâu biển rộng, cá, sấu vây quanh, xé nát thân ra, từng manh miếng nhỏ. Tất cả oan hồn yểu tử, nay mời về núp bóng Từ Quang, dự đàn thí thực, nương nhờ Phật lực, câu kinh, sớm được siêu sinh Tịnh Độ. Ngưỡng mong Phật đức cao dày, từ bi gia hộ. (o)

Nam Mô U Minh Giáo Chủ, Cứu Khổ Bổn Tôn, Cứu Bạt Minh Đồ, Đại Nguyện Địa Tạng Vương Bồ Tát tác đại chứng minh. (o) (1 xá)

TÁN DƯƠNG CHI

(Mời ngồi xuống và khai chuông mõ)

Cành dương nước tịnh nhiệm mầu

Rưới tắt muôn vàn cảnh khổ đau

Chư Thiên mát mẻ, tâm thanh tịnh

Nhân thế vui tươi, cảnh an nhàn

Cam lồ rưới khắp trần gian

Lửa sân dứt sạch, sen vàng nở hoa.

Nam Mô Thanh Lương Địa Bồ Tát Ma Ha Tát.

(3 lần) (o)

SÁI TỊNH

(Vị chủ lễ cầm ly nước đi sái tịnh xung quanh
trong khi đại chúng cùng tụng)

Một giọt nước này

Nước tám công đức tự thiên chân

Tẩy rửa chúng sanh nghiệp cấu trần

Tẩy chốn u minh thành tịnh cảnh

Mỗi nơi mỗi cõi thoát khổ luân.

Nước không tẩy nước

Nước diệu pháp thân

Trần chẳng nhiễm trần

Trần tiêu ba cõi.

Không phân nội ngoại
Chẳng trệ ngắn dài
Thì pháp thân hiển lộ ra ngay.

Một giọt nước gồm thâu thế giới!
Một giọt nước mười phương rảy đủ
Nước thanh lương, cấu uế đều trừ
Nước cam lồ nhành liễu phát ra
Làm thanh tịnh đàn tràng pháp lực.

Cúi đầu lạy pháp Tô tất đế
Chân thành đảnh lễ bảy ức Phật
Con nay ca ngợi Đức Đại Chuẩn Đề
Xin Ngài duỗi lòng từ bi gia hộ.
Nam mô tát đa nẫm, tam miệu tam bồ đà câu chi nẫm, đát diệt tha. Án, chiết lệ chủ lệ Chuẩn Đề ta bà ha. (3 lần) (o)

VỊNH THỈNH

Cửa cam lồ mở
Hội kiết tường khai

Mời cô hồn vân tập về đây

Nghe pháp cùng hương trai

Vĩnh thoát luân hồi khổ

Sen báu nở từ đây.

Nam mô Vân Lai Tập Bồ Tát Ma Ha Tát.

(3 lần) (o)

Nhất tâm phụng thỉnh:

Nam mô Tây Phương Giáo Chủ Tiếp Dẫn Đạo Sư A-Di-Đà Phật. (o)

Nam mô Đại Bi Quan Thế Âm Bồ Tát. (o)

Nam mô Đại Hùng, Đại Lực,
Đại Thế Chí Bồ Tát. (o)

Nam mô Đại Nguyện Địa Tạng Vương Bồ Tát. (o)

Nam mô Khải Giáo A-nan-đà Tôn giả. (o)

Nam mô Diện Nhiên Đại Sĩ. (o)

Nam mô Diệm Khẩu Quỷ Vương. (o)

Nam mô Tả Ngưu Đầu, Hữu Mã Diện, nhị vị Tướng quân. (o)

Thành tâm phụng thỉnh, sơ thỉnh, tái thỉnh, tam thỉnh. (o)

Quang giáng đạo tràng chứng minh tiếp độ. (ooo)

Chủ lễ: Hương hoa nghinh, hương hoa thỉnh.

Đại chúng:

Nam mô nhất tâm triệu thỉnh

Mỗi chân lông Phật hiện mây sáng

Chiếu khắp hư không vang tiếng lớn

Đều chiếu đến những nơi tối tăm

Các khổ địa ngục đều trừ diệt.

Hôm nay ngày lành tháng tốt

Đàn tràng phẩm vật hương hoa

Cô hồn dù ở phương xa

Nương oai Tam Bảo về mà nghe kinh. (o)

Cẩn nguyện nương oai Tam-bảo thần lực mật ngôn, phút giây tới hưởng trai đàn, pháp diên lễ mọn lòng thành kính dâng.

Nam Mô bộ bộ đế rị già rị đa rị đát đa nga đa da. (3 lần) (o)

Chủ lễ: **Hương hoa nghinh, hương hoa thỉnh.**

Đại chúng: **Nhất tâm triệu thỉnh**

Tất cả sự vật trong đời

Đều như mộng huyễn sương rời đầu cành

Như bóng như bọt đầu ghềnh

Lại như điển chớp mông mênh giữa trời.

Của đời trả lại cho đời

Thỏng tay nhẹ gót về nơi bên mầu

Cô hồn đang ở nơi đâu

Nương oai Tam Bảo quay đầu nghe kinh. (o)

Cẩn nguyện nương oai Tam-bảo thần lực mật ngôn, phút giây tới hưởng trai đàn, pháp diên lễ mọn lòng thành kính dâng.

Nam Mô bộ bộ đế rị già rị đa rị đát đa nga đa da. (3 lần) (o)

Chủ lễ: **Hương hoa nghinh, hương hoa thỉnh.**

Đại chúng:

Nhất tâm triệu thỉnh

Mắt tai mũi lưỡi thân ý

Xưa nay rỗng hoát vô sanh

Do vọng phân biệt làm lụy

Gây ra sinh tử xoay vần.

Cô hồn đã lỡ sa chân

Thì tự đứng dậy lẹ làng mà đi

Hôm nay pháp hội đã bày

Nghe lời triệu thỉnh mau quay trở về. (o)

Cẩn nguyện nương oai Tam-bảo thần lực mật ngôn, phút giây tới hưởng trai đàn, pháp diên lễ mọn lòng thành kính dâng.

Nam Mô bộ bộ đế rị già rị đa rị đát đa nga đa da. (o)

THỈNH MƯỜI HAI LOẠI CÔ HỒN

Chủ lễ: **Hương hoa nghinh, hương hoa thỉnh.**

Đại chúng:

Dấu linh thập loại biết là đâu?

Phách quế mơ màng đã mấy thu?

Nay biển mai cồn là thế giới

Hồn thiêng vờ vật nghĩ mà đau.

Hương thành vừa đốt, lời pháp phụng cung.

Khói thơm lan tỏa khắp vùng,

Núi sông đồng nội, suối rừng u linh.

Sơ phiên hoa ngọc chén quỳnh,

Thỉnh hồn các nẻo, mau mau giáng về.

Nam Mô bộ bộ đế rị già rị đa rị đát đa nga đa da.

(3 lần) (o)

Chủ lễ: ***Thỉnh lần thứ hai:***

Dấu linh mười hai loại cô hồn giáng về. (o)

Thỉnh lần thứ ba:

Dấu linh mười hai loại cô hồn giáng về. (o)

Cẩn nguyện nương oai Tam-bảo thần lực mật ngôn, phút giây tới hưởng trai đàn, pháp diên lễ mọn lòng thành kính dâng.

Nam Mô bộ bộ đế rị già rị đa rị đát đa nga đa da. (o)

Chủ lễ: **Hương hoa nghinh, hương hoa thỉnh**

Đại chúng: **Cao tăng thượng sĩ xuất trần, Tăng Ni phạm hạnh thanh cao, thiện tín giới quy toàn vẹn... Hoa vàng trúc biếc, còn đâu bí mật chân ngôn. Mây trắng trời xanh, kinh kệ vô thường vô ngã.**

Thương thay! Cửa thiền thấm lạnh ba canh trăng sáng, tịnh thất đèn soi bóng vắng lạnh lùng. Như thế những hàng thích tử một loại cô hồn. (o)

Cẩn nguyện nương oai Tam bảo thần lực mật ngôn, phút giây tới hưởng trai đàn, pháp diên lễ mọn lòng thành kính dâng.

Nam Mô bộ bộ đế rị già rị đa rị đát đa nga đa da.

(3 lần) (o)

Chủ lễ: **Hương hoa nghinh, hương hoa thỉnh**

Đại chúng: **Tiên nhân áo nhẹ, đạo sĩ mũ vàng, vườn hoa an tĩnh tu chân, trong động đào nguyên dưỡng tánh, đạo pháp chưa toàn, thiên tào chưa kịp ghi tên thì bốn đại vô thường, địa phủ đành ôm mối hận.**

Thương thay! Lò đan quán ngọc in sương lạnh, đàn hoa vườn đạo gió hiu buồn, Như thế những hàng Đạo sĩ huyền môn một loại cô hồn. (o)

Cẩn nguyện nương oai Tam bảo thần lực mật ngôn, phút giây tới hưởng trai đàn, pháp diên lễ mọn lòng thành kính dâng.

Nam Mô bộ bộ đế rị già rị đa rị đát đa nga đa da.
(3 lần) (o)

Chủ lễ: **Hương hoa nghinh, hương hoa thỉnh**

Đại chúng: **Các triều đế chúa hầu vương, chín trùng điệ các cao ngôi, muôn dặm sơn hà riêng cõi. Từ Tây thuyền chiến đến, ngànnăm vương khí bỗng tàn. Xe loan vừa quay về Bắc, tiếng oan bao nước chưa tan.**

Thương thay! Chim quyên thắc thỏm hoa đào rụng, máu đỏ nhuộm tâm mối hận dài. Như thế những hàng Vương bá một loại cô hồn. (o)

Cẩn nguyện nương oai Tam bảo thần lực mật

ngôn, phút giây tới hưởng trai đàn, pháp diên lễ mọn lòng thành kính dâng.

Nam Mô bộ bộ đế rị già rị đa rị đát đa nga đa da.
(3 lần) (o)

Chủ lễ: **Hương hoa nghinh, hương hoa thỉnh**

Đại chúng: **Lập đàn bái tướng dựng tiết phong hầu. Sức dời đỉnh nặng ngàn cân, thân sánh thành dài vạn dặm. Trướng hùm nay sương lạnh, uổng bao binh mã công lao. Giặc sói hôi tanh đã phũ phàng rồng thiêng nguyện lớn.**

Thương thay! Tướng quân ngựa chiến nay đâu vắng, than vùi dưới đất cỏ hoa sầu. Như thế những hàng Tướng soái anh hùng một loại cô hồn. (o)

Cẩn nguyện nương oai Tam bảo thần lực mật ngôn, phút giây tới hưởng trai đàn, pháp diên lễ mọn lòng thành kính dâng.

Nam Mô bộ bộ đế rị già rị đa rị đát đa nga đa da.
(3 lần) (o)

Chủ lễ: **Hương hoa nghinh, hương hoa thỉnh**

Đại chúng: **Năm châu tài tuấn, trăm quận hiền lương, bao năm tiết sang văn quan, một tấm lòng son thờ chúa. Nay châu hương nam, mai huyện bắc, từ biệt quê hương đi gánh vác việc nhân** dân. Gốc biển chân trời không may bỏ mạng.

Thương thay! Lá rụng nổi trôi theo dòng nước. Âm dương cách biệt, hồn thiêng vơ vẩn biết nương đâu? Như thế những hàng Đại thần Tế phụ một loại cô hồn. (o)

Cẩn nguyện nương oai Tam bảo thần lực mật ngôn, phút giây tới hưởng trai đàn, pháp diên lễ mọn lòng thành kính dâng.

Nam Mô bộ bộ đế rị già rị đa rị đát đa nga đa da.
(3 lần) (o)

Chủ lễ: **Hương hoa nghinh, hương hoa thỉnh.**

Đại chúng: **Thư sinh mặt trắng, sĩ tử cửa vàng. Tìm hoa chân đến rừng văn, tranh tài thân chơi trường thí. Không mai đèn quỳnh vụt tắt luống uổng công phu bao năm đọc sách mài nghiêng mực.**

Thương thay! Lụa đỏ vài dòng ghi tên tuổi, đất vàng một nấm lấp đời văn chương. Như thế những hàng cử sĩ văn nhân một loại cô hồn. (o)

Cẩn nguyện nương oai Tam bảo thần lực mật ngôn, phút giây tới hưởng trai đàn, pháp diên lễ mọn lòng thành kính dâng.

Nam Mô bộ bộ đế rị già rị đa rị đát đa nga đa da.
(3 lần) (o)

Chủ lễ: **Hương hoa nghinh, hương hoa thỉnh**

Đại chúng: **Bán buôn Nam Bắc lữ khách giang**

17

hồ, doanh thương muôn dặm đi về, chứa chữ ngàn vàng muôn bạc không ngờ sóng gió đến nỗi mồi ngon bụng cá hiến thân. Chẳng biết đường về đành mất mạng nơi hẻm quanh lối hiểm.

Thương thay! Mù mịt phách theo mây Bắc cuốn, vời vợi hồn theo suối Đông trôi. Như thế những hàng lữ khách tha hương một loại cô hồn. (o)

Cẩn nguyện nương oai Tam bảo thần lực mật ngôn, phút giây tới hưởng trai đàn, pháp diên lễ mọn lòng thành kính dâng.

Nam Mô bộ bộ đế rị già rị đa rị đát đa nga đa da.

(3 lần) (o)

Chủ lễ: **Hương hoa nghinh, hương hoa thỉnh**

Đại chúng: **Anh hùng chiến sĩ vì nước vì dân. Dưới cờ trống đánh tranh hùng, trước trận giặc rừng gươm đổi mạng. Tiếng kèn thúc giục, phút giây đầu vỡ thân tan. Thắng bại chưa phân, đất đã đầy xương rơi thịt nát.**

Thương thay! Bát ngát sa trường oan quỷ khóc, ngổn ngang hài cốt chẳng ai thâu. Như thế những hàng chiến sĩ trận vong một loại cô hồn. (o)

Cẩn nguyện nương oai Tam bảo thần lực mật ngôn, phút giây tới hưởng trai đàn, pháp diên lễ mọn lòng thành kính dâng.

Nam Mô bộ bộ đế rị già rị đa rị đát đa nga đa da.

(3 lần) (o)

Chủ lễ: **Hương hoa nghinh, hương hoa thỉnh**

Đại chúng: **Chín tháng mang thai, ba hôm nằm chỗ. Những tưởng hòa minh loan phụng, ước mong hợp mộng hùng bi. Tin lành sắp báo, cát hung trong một phút giây. Ngọc đá chưa phân, mẹ con đã về chín suối.**

Thương thay! Hoa đang tươi đẹp, mưa gió phũ phàng. Trăng đang tròn sáng, mây kéo mịt mù. Như thế những hàng sản phụ nạn nhi một loại cô hồn. (o)

Cẩn nguyện nương oai Tam bảo thần lực mật ngôn, phút giây tới hưởng trai đàn, pháp diên lễ mọn lòng thành kính dâng.

Nam Mô bộ bộ đế rị già rị đa rị đát đa nga đa da.

(3 lần) (o)

Chủ lễ: **Hương hoa nghinh, hương hoa thỉnh.**

Đại chúng: **Mọi, mường, thổ, mán, đui, điếc, ngọng, câm, thiếp tỳ ganh ghét thiệt thân, tôi tớ nhọc nhằn mất mạng. Khinh khi Tam-bảo, tội ác chứa tợ hà sa. Bội nghịch mẹ cha, hung dữ đầy tràn vũ trụ.**

Thương thay! Đêm dài tối mịt bao giờ sáng, cảnh khổ âm u kiếp đọa đày. Như thế những hàng báo

chướng nghiệp oan một loại cô hồn. (o)

Cẩn nguyện nương oai Tam bảo thần lực mật ngôn, phút giây tới hưởng trai đàn, pháp diên lễ mọn lòng thành kính dâng.

Nam Mô bộ bộ đế rị già rị đa rị đát đa nga đa da.
(3 lần) (o)

Chủ lễ: **Hương hoa nghinh, hương hoa thỉnh**

Đại chúng: **Giai nhân mỹ nữ mặt phấn phòng khuê, hương**

xông xạ ướp. Ngày nay trăng khuyết hoa tàn.

Thương thay! Trâm cài lược giắt liễu biếc hoa thơm, phong lưu ngày trước nay để lại đây nắm xương tàn. Như thế những hàng phụ nữ quần thoa một loại cô hồn. (o)

Cẩn nguyện nương oai Tam bảo thần lực mật ngôn, phút giây tới hưởng trai đàn, pháp diên lễ mọn lòng thành kính dâng.

Nam Mô bộ bộ đế rị già rị đa rị đát đa nga đa da.
(3 lần) (o)

Chủ lễ: **Hương hoa nghinh, hương hoa thỉnh**

Đại chúng: **Tù nhân hình ngục, hành khất cơ hàn, nước lửa mất thân, cọp beo cướp mạng, vòng dây thuốc độc, ngàn năm chưa tỉnh hồn oan. Sét** đánh núi băng vật vờ phách quỷ,

Thương thay! Khói biếc mai chiều gió lạnh lá vàng. Như thế những hàng hoạnh tử thương vong một loại cô hồn.

Cẩn nguyện nương oai Tam bảo thần lực mật ngôn, phút giây tới hưởng trai đàn, pháp diên lễ mọn lòng thành kính dâng.

Nam Mô bộ bộ đế rị già rị đa rị đát đa nga đa da.

(3 lần) (o)

* * *

Khắp thỉnh pháp giới mười hai loại cô hồn, Diện Nhiên đại sĩ thống lãnh tất cả. Nương cỏ gá cây, ly my võng lượng, trệ phách cô hồn, hằng sa chủng loại cùng gia thân quyến thuộc. (o)

Cẩn nguyện nương oai Tam bảo thần lực mật ngôn, phút giây tới hưởng trai đàn, pháp diên lễ mọn lòng thành kính dâng.

Nam Mô bộ bộ đế rị già rị đa rị đát đa nga đa da.

(3 lần) (o)

Lòng thành phụng thỉnh đã phân minh
Xin nguyện quang lâm chứng thịnh tình.

Sơ lễ kính mừng đôi chén ngọc
Đàn hoa ngồi tạm lắng nghe kinh.
Nam Mô Đại Thánh Cứu Bạt Minh Đồ
Bổn Tôn Đại Nguyện Địa tạng Vương Bồ Tát
Ma Ha Tát. (3 lần) (o)

* * *

(Tiếp theo mời khai chuông mõ tụng
KINH A DI ĐÀ VÀ MÔNG SƠN THÍ THỰC)

KỆ KHAI KINH

Thăm thẳm cao siêu Pháp nhiệm mầu
Trăm ngàn muôn kiếp khó tìm cầu,
Con nay nghe thấy chuyên trì niệm,
Nguyện tỏ Như Lai nghĩa nhiệm mầu.
Nam Mô Bổn Sư Thích Ca Mâu Ni Phật. (3 lần) (o)
Nam Mô Liên Trì Hải Hội Phật Bồ Tát. (3 lần) (o)

PHẬT NÓI KINH A DI ĐÀ KỲ VIÊN ĐẠI HỘI

Ta nghe như vầy: Một thuở nọ Đức Phật ở nơi

vườn Kỳ Thọ, cấp Cô Độc nước Xá-Vệ, cùng với một nghìn hai trăm năm mươi vị đại Tỳ kheo câu hội: đều là bậc A La Hán mọi người đều quen biết, như là:

Trưởng lão Xá-Lợi-Phất, Đại Mục-Kiền-Liên, Đại Ca-Diếp, Ma-Ha Ca-Chiên-Diên, Ma-Ha Câu-Hy-La, Ly-Bà-Đa, Châu-Lợi-Bàn-Đà-Già, Na-Đà, A-Nan-Đà, La-Hầu-La, Kiều-Phạm-Ba-Đề, Tân Đầu-Lư-Phả-La-Đọa, Ca-Lưu-Đà-Di, Ma-Ha Kiếp Tân Na, Bạc-Câu-La, A-Nâu-Lầu-Đà, những vị đại đệ tử như thế.

Và hàng Đại Bồ Tát, Văn-Thù-Sư-Lợi: Pháp-Vương-Tử, A-Dật-Đa Bồ Tát, Càn-Đà-Ha-Đề Bồ Tát, Thường-Tinh-Tấn Bồ tát. cùng với các vị Đại Bồ tát như thế và với vô lượng chư Thiên như ông Thích-Đề-Hoàn-Nhơn..v..v.. đại chúng cùng đến dự hội. (o)

Y BÁO CHÁNH BÁO

Bấy giờ đức Phật bảo ngài Trưởng lão Xá-Lợi-Phất rằng:

"Từ đây qua phương Tây quá mười muôn ức cõi Phật, có thế giới tên là Cực Lạc, trong thế giới đó có đức Phật hiệu là A Di Đà hiện nay đương nói pháp. (o)

Y BÁO TRANG NGHIÊM

Xá Lợi Phất! Cõi đó vì sao tên là Cực lạc?

Vì chúng sanh trong cõi đó không có bị những sự khổ, chỉ hưởng những điều vui, nên nước đó tên là Cực Lạc.

Xá Lợi Phất! Lại trong cõi Cực Lạc có bảy từng bao lơn, bảy từng mành lưới, bảy từng hàng cây, đều bằng bốn chất báu bao bọc giáp vòng, vì thế nên nước đó tên là Cực Lạc.

Xá Lợi Phất! Lại trong cõi Cực Lạc có ao bằng bảy chất báu, trong ao đầy dẫy nước đủ tám công đức, đáy ao thuần dùng cát vàng trải làm đất.

Vàng bạc, lưu ly, pha lê hiệp thành những thềm, đường ở bốn bên ao; trên thềm đường có lầu gác cũng đều nghiêm sức bằng vàng, bạc, lưu ly, pha lê, xa cừ, xích châu, mã não.

Trong ao có hoa sen lớn như bánh xe: hoa sắc xanh thời ánh sáng xanh, sắc vàng thời ánh sáng vàng, sắc đỏ thời ánh sáng đỏ, sắc trắng thời ánh sánh trắng, mầu nhiệm thơm tho trong sạch. (o)

Xá Lợi Phất! Cõi nước Cực Lạc thành tựu công đức trang nghiêm dường ấy.

Xá Lợi Phất! Lại trong cõi nước của đức Phật đó, thường trổi nhạc trời, đất bằng vàng ròng, ngày đêm sáu thời rưới hoa trời mạn đà la.

Chúng sanh trong cõi đó thường vào lúc sáng

sớm, đều lấy đãy hoa đựng những hoa tốt đem cúng dường mười muôn ức đức Phật ở phương khác, đến giờ ăn liền trở về bổn quốc ăn cơm xong đi kinh hành. (o)

Xá Lợi Phất! Cõi nước Cực Lạc thành tựu công đức trang nghiêm dường ấy.

Lại nữa, Xá-Lợi-Phất! Cõi đó thường có những giống chim mầu sắc xinh đẹp lạ thường, nào chim Bạch hạt, Khổng-tước, Anh-võ, Xá-lợi, Ca-lăng-tần-già, cộng-mạng; những giống chim đó ngày đêm sáu thời kêu tiếng hòa nhã.

Tiếng chim đó diễn nói những pháp như ngũ căn, ngũ lực, thất bồ đề phần, bát thánh đạo phần..v..v.. Chúng sanh trong cõi đó nghe tiếng chim xong thảy đều niệm Phật, niệm Pháp, niệm Tăng! (o)

Xá-Lợi-Phất! Ông chớ cho rằng những giống chim đó thiệt là do tội báo sanh ra. Vì sao?

Vì cõi của đức Phật đó không có ba đường dữ. Xá-Lợi-Phất! Cõi của đức Phật đó tên đường dữ còn không có huống gì lại có sự thật. Những giống chim đó là do đức Phật A Di Đà muốn làm cho tiếng pháp được tuyên lưu mà biến hóa làm ra đấy thôi.

Xá-Lợi-Phất! Trong cõi nước của đức Phật đó, gió nhẹ thổi động các hàng cây báu và động mành lưới báu, làm vang ra tiếng vi diệu, thí dụ như trăm nghìn thứ nhạc đồng một lúc hòa chung.

Người nào nghe tiếng đó tự nhiên đều sanh lòng niệm Phật, niệm Pháp, niệm Tăng.

Xá-Lợi-Phất! Cõi nước của đức Phật đó thành tựu công đức trang nghiêm dường ấy. (o)

CHÁNH BÁO VÔ LƯỢNG THÙ THẮNG

Xá-Lợi-Phất! Nơi ý ông nghĩ sao? Đức Phật đó vì sao hiệu là A Di Đà?

Xá-Lợi-Phất! Đức Phật đó, hào quang sáng chói vô lượng, soi suốt các cõi nước trong mười phương không bị chướng ngại vì thế nên hiệu là A Di Đà.

Xá-Lợi-Phất! Đức Phật đó và nhân dân của Ngài sống lâu vô lượng vô biên a tăng kỳ kiếp, nên hiệu là A Di Đà.

Xá-Lợi-Phất! Đức Phật A Di Đà thành Phật nhẫn lại đến nay, đã được mười kiếp.

Xá-Lợi-Phất! Lại đức Phật đó có vô lượng vô biên Thanh Văn đệ tử đều là bực A La Hán, chẳng phải tính đếm mà có thể biết được, hàng Bồ tát chúng cũng đông như thế.

Xá-Lợi-Phất! Cõi nước của đức Phật đó thành tựu công đức trang nghiêm dường ấy.

Xá-Lợi-Phất! Lại trong cõi cực lạc, những chúng

sanh vãng sanh vào đó đều là bực bất thối chuyển.

Trong đó có rất nhiều vị bực nhất sanh bổ xứ, số đó rất đông, chẳng phải tính đếm mà biết được, chỉ có thể dùng số vô lượng vô biên a-tăng-kỳ để nói thôi!

Xá-Lợi-Phất! Chúng sanh nào nghe những điều trên đây, nên phải phát nguyện cầu sanh về nước đó.

Vì sao? Vì đặng cùng với các bậc Thượng thiện nhơn như thế câu hội một chỗ. (o)

NHƠN HẠNH VÃNG SANH

Xá-Lợi-Phất! Chẳng có thể dùng chút ít thiện căn phước đức nhơn duyên mà được sanh về cõi đó.

Xá-Lợi-Phất! Nếu có thiện nam tử, thiện nữ nhân nào nghe nói đức Phật A Di Đà, rồi chấp trì danh hiệu của đức Phật đó, hoặc trong một ngày, hoặc hai ngày, hoặc ba ngày, hoặc bốn ngày, hoặc năm ngày, hoặc sáu ngày, hoặc bẩy ngày, một lòng không tạp loạn.

Thời người đó đến lúc lâm chung đức Phật A Di Đà cùng hàng Thánh Chúng hiện thân ở trước người đó.

Người đó lúc chết tâm thần không điên đảo, liền được vãng sanh về cõi nước Cực Lạc của đức Phật A Di Đà.

Xá-Lợi-Phất! Ta thấy có sự lợi ích ấy nên nói những lời như thế.

Nếu có chúng sinh nào, nghe những lời trên đó, nên phải phát nguyện sanh về cõi nước Cực Lạc. (o)

SÁU PHƯƠNG PHẬT ĐỒNG KHUYÊN TIN

Xá-Lợi-Phất! Như Ta hôm nay ngợi khen công đức lợi ích chẳng thể nghĩ bàn của đức Phật A Di Đà, phương Đông cũng có đức A-Súc-Bệ-Phật, Tu-Di-Tướng Phật, Đại-Tu-Di Phật, Tu-Di-Quang Phật, Diệu-Aâm Phật; Hằng hà sa số những đức Phật như thế đều ở tại nước mình, hiện ra tướng lưỡi rộng dài trùm khắp cõi tam thiên đại thiên mà nói lời thành thật rằng:

"Chúng sanh các ngươi phải nên tin kinh: Xưng Tán Bất Khả Tư Nghị Công Đức Nhất Thiết Chư Phật Sở Hộ Niệm Này". (o)

Xá-Lợi-Phất! Thế giới phương Nam, có đức Nhật- Nguyệt- Đăng Phật, Danh-Văn-Quang Phật, Đại-Diệm-Kiên Phật, Tu Di-Đăng Phật, Vô-Lượng-Tinh-Tấn Phật. Hằng hà sa số những đức Phật như thế, đều tại nước mình, hiện ra tướng lưỡi rộng dài trùm khắp cõi tam thiên đại thiên mà nói lời thành thật rằng: "Chúng sanh các ngươi phải nên tin kinh: Xưng Tán Bất Khả Tư Nghị Công Đức Nhất Thiết Chư Phật Sở Hộ

Niệm Này". (o)

Xá-Lợi-Phất! Thế giới phương Tây, có đức Vô Lượng- Thọ Phật, Vô-Lượng-Tướng Phật, Vô-Lượng-Tràng Phật, Đại Quang Phật, Đại-Minh Phật, Bửu-Tướng Phật, Tịnh-Quang Phật. Hằng hà sa số những đức Phật như thế, đều tại nước mình, hiện ra tướng lưỡi rộng dài trùm khắp cõi tam thiên đại thiên mà nói lời thành thật rằng: "Chúng sanh các ngươi phải nên tin kinh: Xưng Tán Bất Khả Tư Nghị Công Đức Nhất Thiết Chư Phật Sở Hộ Niệm Này". (o)

Xá-Lợi-Phất! Thế giới phương Bắc, có đức Diệm-Kiên- Phật, Tối-Thắng-Aâm Phật, Nan-Trở Phật, Nhựt-Sanh Phật, Võng-Minh Phật. Hằng hà sa số những đức Phật như thế, đều tại nước mình, hiện ra tướng lưỡi rộng dài trùm khắp cõi tam thiên đại thiên mà nói lời thành thật rằng: "Chúng sanh các ngươi phải nên tin kinh: Xưng Tán Bất Khả Tư Nghị Công Đức Nhất Thiết Chư Phật Sở Hộ Niệm Này". (o)

Xá-Lợi-Phất! Thế giới phương dưới, có đức Sư-Tử Phật, Danh-Văn Phật, Danh-Quang Phật, Đạt-Mạ Phật, Pháp-Tràng Phật, Trì-Pháp Phật. Hằng hà sa số những đức Phật như thế, đều tại nước mình, hiện ra tướng lưỡi rộng dài trùm khắp cõi tam thiên đại thiên mà nói lời thành thật rằng: "Chúng sanh các ngươi phải nên tin kinh: Xưng Tán Bất Khả Tư Nghị Công Đức

Nhất Thiết Chư Phật Sở Hộ Niệm Này". (o)

Xá-Lợi-Phất! Thế giới phương trên, có đức Phạm-Âm Phật, Tú-Vương Phật, Hương-Thượng Phật, Hương-Quang Phật, Đại-Diệm-Kiên Phật, Tạp-Sắc Bửu-Hoa-Nghiêm-Thân Phật, Ta La-Thọ-Vương Phật, Bửu-Hoa Đức Phật, Kiến-Nhất-Thiết-Nghĩa Phật, Như-Tu-Di-Sơn Phật. Hằng hà sa số những đức Phật như thế, đều tại nước mình, hiện ra tướng lưỡi rộng dài trùm khắp cõi tam thiên đại thiên mà nói lời thành thật rằng: "Chúng sanh các ngươi phải nên tin kinh: Xưng Tán Bất Khả Tư Nghị Công Đức Nhất Thiết Chư Phật Sở Hộ Niệm Này". (o)

Xá-Lợi-Phất! Nơi ý của ông nghĩ thế nào, vì sao tên là kinh:

Nhứt-Thiết Chư Phật Sở Hộ Niệm?

Xá-Lợi-Phất! Vì nếu có thiện nam tử, thiện nữ nhân nào nghe kinh này mà thọ trì đó, và nghe danh hiệu của đức Phật, thời những thiện nam tử cùng thiện nữ nhân ấy đều được tất cả các đức Phật hộ niệm, đều được không thối chuyển nơi đạo Vô thượng chánh đẳng chánh giác. (o)

Xá-Lợi-Phất! Cho nên các ông đều phải tin nhận lời của Ta và của các đức Phật nói.

Xá-Lợi-Phất! Nếu có người đã phát nguyện, hiện nay phát nguyện, sẽ phát nguyện muốn sanh về cõi nước của đức Phật A Di Đà, thời những người ấy đều đặng không thối chuyển nơi đạo Vô Thượng Chánh Đẳng Chánh Giác; nơi cõi nước kia, hoặc đã sanh về rồi, hoặc hiện nay sanh về, hoặc sẽ sanh về.

Xá-Lợi-Phất! Cho nên các thiện nam tử thiện nữ nhân nếu người nào có lòng tin thời phải nên phát nguyện sanh về cõi nước kia. (o)

THUYẾT KINH BẤT KHÓ

Xá-Lợi-Phất! Như ta hôm nay ngợi khen công đức chẳng thể nghĩ bàn của các đức Phật, các đức Phật đó cũng ngợi khen công đức chẳng thể nghĩ bàn của Ta mà nói lời nầy: "Đức Thích Ca Mâu Ni Phật hay làm được việc rất khó khăn hi hữu, có thể ở trong cõi Ta Bà đời ác năm món trược: kiếp trược, kiến trược, phiền não trược, chúng sanh trược, mạng trược trung, mà Ngài chứng được ngôi Vô Thượng Chánh Đẳng Chánh Giác, Ngài vì các chúng sanh nói kinh pháp mà tất cả thế gian khó tin này". (o)

Xá-Lợi-Phất! Phải biết rằng Ta ở trong đời ác ngũ trược thật hành việc khó này: đặng thành bậc Vô Thượng Chánh Giác và vì tất cả thế gian nói kinh pháp khó tin này, đó là rất khó!

Đức Phật nói kinh này rồi, ngài Xá-Lợi-Phất cùng các vị Tỳ kheo, tất cả trong đời: Trời, Người, A-Tu-La, v..v.. nghe lời của đức Phật dạy, đều vui mừng tin nhận đảnh lễ mà lui ra. (o)

NGỢI KHEN CÔNG ĐỨC PHẬT A DI ĐÀ

Giáo chủ cõi Tây Phương

Đức Phật A Di Đà

Phát bốn mươi tám nguyện

Hướng dẫn đường chúng sanh,

Đài sen rực rỡ sẵn sàng

Quan Âm, Thế Chí hai hàng tiếp nghinh.

Nam Mô Tịnh Độ Phẩm Bồ Tát Ma Ha Tát.
(3 lần) (o)

* * *

ÁN THỈNH CÔ HỒN

Hỡi Cô Hồn trước sau tề tựu

Nghe lời khuyên để sửa lỗi mình

Quán Âm, Địa Tạng oai linh

Thích Ca Phật Tổ, câu kinh giải nàn.

Hỡi uổng tử hồn oan phưởng phất

Noi tâm lành của Phật làm gương

Ta bà cực khổ trăm đường

Mau tu thì được Phật thương độ trì. (o)

Hỡi hương hồn chết chìm đáy biển
Và bao người ngộ độc bỏ thân
Nghe chuông thức tỉnh dần dần
Đừng ham danh lợi phù trần nhiễu nhương.

Hỡi Cô Hồn chết thiêu chết chém.
Hổ giảo thân bị yểm bị trù
Lắng nghe kinh kệ sớm tu
Khỏi vòng xích sắt tội tù nghiệp oan.

Hỡi hồn thác trong cơn binh lửa
Chết phong ba, chết giữa núi non
Khi nghe chuông giục boong boong
Hương thơm tỏa khắp, hồn còn nghe kinh.

Hỡi hồn ở đầu gành cuối bãi
Nương gió mây, phảng phất lời xưa
Hồn ơi, hồn hỡi tránh chừa
Những người gian ác dối lừa Phật tiên.
Các hồn bị gấu, beo, rắn cắn
Cùng những hồn số vắn vô danh

Hãy nghe Kinh Kệ ăn năn lỗi mình
Rồi đây hồn sẽ vô ngần thảnh thơi.

Hỡi những hồn vì lời dèm xiểm
Đã hủy mình chết lụn căm gan
Sớm nghe Kinh Kệ, lời vàng
Phật liền dẫn lối chỉ đàng hồn tu.

Xin hồn tỉnh hướng về Phật Tổ
Ngài từ bi cứu độ vong linh
Bao hồn sinh tử tử sinh
Hôm nay hồn được nghe Kinh Pháp mầu. (o)

NGHI MÔNG SƠN THÍ THỰC

Nam Mô Diệm-Nhiên Vương Bồ Tát Ma Ha Tát.
(3 lần) (o)

Lửa đói đốt thành sắt chảy
Cô Hồn đói khát than van
Muốn sanh về chốn Lạc Bang
Hoa Nghiêm phúng tụng vài hàng như sau:
"Nếu muốn biết rõ:
Ba đời chư Phật
Quán "Pháp Giới Tánh"

Đều do tâm tạo."

CHÚ PHÁ ĐỊA NGỤC

Án dà ra đế da ta bà ha. (3 lần) (o)

CHÚ THỈNH CÔ HỒN

Nam mô bộ bộ đế rị dà rị đa rị đát đa nga đa da. (3 lần) (o)

CHÚ GIẢI OAN KIẾT

Án tam đà ra dà đà ta bà ha. (3 lần) (o)

Nam mô Đại Phương Quảng Phật Hoa Nghiêm Kinh. (3 lần) (o)

(Tụng 7 câu dưới đây, tụng 3 lần, 1 tiếng chuông)

Nam mô thường trụ thập phương Phật,

Nam mô thường trụ thập phương Pháp,

Nam mô thường trụ thập phương Tăng,

Nam mô Bổn Sư Thích Ca Mâu Ni Phật,

Nam mô Đại Bi Quán Thế âm Bồ Tát,

Nam mô Minh Dương Cứu Khổ Địa Tạng Vương Bồ Tát,

Nam mô khải giáo A Nan Đà Tôn Giả. (3 lần) (o)

Quy y Phật, quy y Pháp, quy y Tăng.

Quy y Phật đấng phước trí vẹn toàn

Quy y Pháp Đạo thoát ly tham dục

Quy y Tăng bậc tu hành cao tột.

Quy y Phật rồi, quy y Pháp rồi, quy y Tăng rồi.
(3 lần) (o)

1. PHẬT TỬ đã tạo các nghiệp ác, đều bởi vô thỉ tham sân, si, từ thân, miệng, ý phát sinh ra, tất cả Phật tử đều sám hối.

2. HỮU TÌNH đã tạo các nghiệp ác, đều bởi vô thỉ tham sân, si, từ thân, miệng, ý phát sinh ra, tất cả hữu tình đều sám hối.

3. CÔ HỒN đã tạo các nghiệp ác, đều bởi vô thỉ tham sân, si, từ thân, miệng, ý phát sinh ra, tất cả cô hồn đều sám hối.

Chúng sanh không số lượng, thệ nguyện đều độ hết.

Phiền não không cùng tận, thệ nguyện đều dứt sạch.

Pháp môn không kể xiết, thệ nguyện đều tu học.

Phật Đạo không gì hơn, thệ nguyện trọn viên thành. (3 lần) (o)

CHÚ DIỆT ĐỊNH NGHIỆP

Án bát ra mạt lân đà nảnh ta bà ha. (3 lần) (o)

CHÚ DIỆT NGHIÊP CHƯỚNG

Án a lổ lặc kế ta bà ha. (3 lần) (o)

CHÚ KHAI YẾT HẦU

Án bộ bộ đế rị dà rị đa rị đát đa nga đa da.
(3 lần) (o)

CHÚ TAM MUỘI DA GIỚI

Án tam muội da tát đoa phạm. (3 lần) (o)

CHÚ BIẾN THỰC

Nam mô tát phạ đát tha,

nga đa phạ lồ chỉ đế,

án tam bạt ra,

tam bạt ra hồng. (3 lần) (o)

CHÚ CAM LỒ THỦY

Nam mô tô rô bà da,

đát tha nga đa da,

đát điệt tha, án tô rô tô rô,

bát ra tô rô, bát ra tô rô,

ta bà ha. (3 lần) (o)

CHÚ NHỨT TỰ THỦY LUÂN

Án noan noan noan noan noan. (3 lần) (o)

CHÚ NHŨ HẢI

Nam mô tam mãn đa mẫu đà nẩm án noan.
(3 lần) (o)

(Tụng 7 câu dưới đây, tụng 3 lần, 1 tiếng chuông)

Nam mô Đa Bảo Như Lai

Nam mô Bảo Thắng Như Lai

Nam mô Diệu Sắc Thân Như Lai

Nam mô Quảng Bát Thân Như Lai

Nam mô Ly Bố Úy Như Lai

Nam mô Cam Lồ Vương Như Lai

Nam Mô A Di Đà Như Lai. (3 lần) (o)

1. Oai linh thần chú phi thường,

(thực phẩm) biến thành Tịnh Pháp Thực,

cúng thí vô số chúng PHẬT TỬ,

cầu cho no ấm, hết xan tham,

thoát khỏi U minh về cõi Tịnh,

quy y Tam Bảo rõ Đạo mầu,

rốt ráo trọn nên bậc Vô Thượng,

công đức không lường ở vị lai,

tất cả Phật tử Đồng Pháp Thực. (o)

2. Oai linh thần chú phi thường,

(Thế Pháp) biến thành Pháp Thí Thực,

cúng thí vô số loài HỮU TÌNH,

cầu cho no ấm, hết xan tham,

thoát khỏi U minh về cõi Tịnh,

quy y Tam Bảo rõ Đạo mầu,

rốt ráo trọn nên bậc Vô Thượng,

công đức không lường ở vị lai,

tất cả hữu tình Đồng Pháp Thực. (o)

3. Oai linh thần chú phi thường,

(nước mát) biến thành nước cam lồ,

cúng thí vô số chúng CÔ HỒN,

cầu cho no ấm, hết xan tham,

thoát khỏi U minh về cõi Tịnh,

quy y Tam Bảo rõ Đạo mầu,

rốt ráo trọn nên bậc Vô Thượng,

công đức không lường ở vị lai,
tất cả cô hồn Đồng Pháp Thực. (o)
(Ra bàn cúng thí, cầm khánh và tụng tiếp)

1. Tất cả chúng PHẬT TỬ
Tôi nay nguyện cúng dường
Cơm này biến khắp mười phương
Các hàng Phật tử miên trường ấm no.
Nguyện đem công đức này
Hướng về khắp tất cả
Tôi và các Phật tử
Đều trọn thành Phật Đạo. (o)

2. Tất cả chúng HỮU TÌNH
Tôi nay nguyện cúng dường
Cơm này biến khắp mười phương
Hữu tình các loại miên trường ấm no.
Nguyện đem công đức này
Hướng về khắp tất cả
Tôi và các hữu tình
Đều trọn thành Phật Đạo. (o)

3. Tất cả chúng CÔ HỒN

Tôi nay nguyện cúng dường

Cơm này biến khắp mười phương

Cô hồn các loại miên trường ấm no.

Nguyện đem công đức này

Hướng về khắp tất cả

Tôi và các cô hồn

Đều trọn thành Phật Đạo. (o)

CHÚ THÍ VÔ GIÁ THỰC

Án mục lực lăng ta bà ha. (3 lần) (o)

CHÚ PHỔ CÚNG DƯỜNG

Án nga nga nẳng tam bà,

phạ phiệt nhựt ra hồng. (3 lần) (o)

(Trở về bàn Phật)

KINH BÁT NHÃ BA LA MẬT

Khi Ngài Quán Tự Tại Bồ Tát thực hành sâu xa pháp Bát Nhã Ba La Mật Đa, Ngài soi thấy năm uẩn đều không, qua hết thảy khổ ách.

"Này Xá Lợi Phất, sắc chẳng khác không, không chẳng khác sắc, sắc tức là không, không tức là sắc. Thọ, Tưởng, Hành, Thức cũng đều như thế".

"Này Xá Lợi Phất, 'tướng không của mọi pháp' không sanh, không diệt, không dơ, không sạch, không thêm, không bớt, nên trong 'chân không', không có sắc, không có thọ, tưởng, hành, thức, không có mắt, tai, mũi, lưỡi, thân, ý, không có sắc, thinh, hương, vị, xúc, pháp, không có nhãn giới, cho đến không có ý thức giới, không có vô minh, cũng không có cái hết vô minh, cho đến không có già chết, cũng không có cái hết già chết, không có khổ, tập, diệt, đạo, không có trí huệ, cũng không có chứng đắc.

Vì không có chỗ chứng đắc, nên Bồ Tát y theo Bát Nhã Ba La Mật Đa, tâm không ngăn ngại. Vì không ngăn ngại, nên không sợ hãi, xa hẳn điên đảo, mộng tưởng, đạt tới cứu cánh Niết Bàn.

Chư Phật trong ba đời cũng y theo Bát Nhã Ba La Mật Đa, được đạo quả vô thượng chánh đẳng chánh giác.

Nên biết Bát Nhã Ba La Mật Đa là Đại Thần Chú, là Đại Minh Chú, là Vô Thượng Chú, là Vô Đẳng Đẳng Chú, trừ được hết thảy khổ, chân thật không hư".

Vì vậy, liền nói Chú Bát Nhã Ba La Mật Đa:

"Yết đế, yết đế, ba la yết đế, ba la tăng yết đế, bồ đề tát bà ha". (3 lần) (o)

CHÚ VÃNG SANH
QUYẾT ĐỊNH CHÂN NGÔN

Nam mô a di đa bà dạ,

đa tha dà đa dạ,

đa địa dạ tha,

a di rị đô bà tì,

a di rị đa tất đam bà tì,

a di rị đa tì ca lăn đế,

a di rị đa tì ca lăn đa,

dà di nị dà dà na,

chỉ đa ca lệ ta bà ha. (3 lần) (o)

NIỆM PHẬT

A Di Đà Phật thân sắc vàng

Tướng tốt quang minh tự trang nghiêm

Năm Tu Di uyển chuyển bạch hào

Bốn biển lớn trong ngần mắt biếc

Trong hào quang hóa vô số Phật

Vô số Bồ tát hiện ở trong

Bốn mươi tám nguyện độ chúng sanh

Chín phẩm sen vàng lên giải thoát

Quy mạng lễ A Di Đà Phật

Ở phương Tây thế giới an lành

Con nay xin phát nguyện vãng sanh

Cúi xin Đức Từ Bi tiếp độ.

Nam Mô Tây-phương Cực-lạc thế-giới, đại-từ đại-bi, A-Di-Đà Phật.

Nam Mô A-Di-Đà Phật. (3 lần) (o)

Nam Mô Đại-bi Quán-Thế-Âm Bồ-tát. (3 lần) (o)

Nam Mô Đại-Thế-Chí Bồ-tát. (3 lần) (o)

Nam Mô Địa-Tạng Vương Bồ-tát. (3 lần) (o)

Nam Mô Thanh-tịnh Đại-Hải chúng Bồ-tát. (3 lần) (ooo)

SÁM CẦU SIÊU

Trên bảo tọa khói hương nghi ngút

Tấm lòng thành chí thiết từ đây

Mây lành năm sắc phủ vây

Chở che nhân loại lắm thay oan hồn.

Vẫn biết chữ "tử qui sanh ký"

Người trần ai ai dễ sống lâu

Nhân vì nghĩa nặng ân sâu

Thương tình đồng loại với nhau một giòng

Sanh bất hạnh nhằm đời mạt Pháp

Chịu trăm bề khốn khổ xiết bao

Sống thời vất vả lao đao

Chết không toàn thể thây giao tử thần.

Nay chúng con hết lòng cầu khẩn

Xin Phật từ cứu độ vong linh

Ngưỡng nhờ chư Phật cao minh

Xót thương nhân loại phù sinh vô thường.

Hễ có sinh là có bi thương

Kiếp luân hồi lắm nẻo tai ương

Hữu hình hữu hoại, vô thường

Có không không có là phường phù du.

Dầu tài sắc trăm năm cũng thế

Kiếp phù sinh há dễ sống lâu

Oan hồn trôi nổi đâu đâu

Ráng nghe kinh kệ ngõ hầu siêu thăng.

Xin kíp đến qui y Tam Bảo

Nước nhành dương rửa sạch lòng trần

Gội nhuần Phật Đức thâm ân

Bao nhiêu tội chướng cũng lần tiêu tan.

Nay hết lúc hồn vương ảo ảnh

Kíp trở về thắng cảnh Tây Phương

Oan hồn nương khói hương thơm

Tiêu diêu Cực Lạc sớm hôm an nhàn. (o)

TÁN LỄ

Tán lễ Tây Phương

Cực Lạc thanh lương

Sen vàng chín phẩm ngát hương

Cây báu bảy hàng

Nhạc trời reo vang

A Di Đà Phật

Phóng ánh hào quang

Hóa Đạo chúng sanh vô lượng

Đến bờ giải thoát yên vui

Hiện tiền đệ tử xưng dương

Cầu sanh An Dưỡng

Hiện tiền đại chúng tán dương

Đồng sanh An Dưỡng. (o)

KHUYẾN TU

Ngày nay lại đã qua rồi

Mạng căn huyết mạch lần hồi khô khan

Dường như cá cạn ở ao

Khổ thêm nào có chút nào vui đâu

Cần tu cứu lửa cháy đầu

Đừng cho sái buổi như chầu đế vương

Biết thân mỏng mảnh không thường

Sớm còn tối mất lo phương cứu mình. (o)

HỒI HƯỚNG

Chẩn tế công đức, hạnh nhiệm mầu

Thắng phước bao nhiêu con nguyện cầu

Tất cả chúng sanh trong pháp giới

Hướng về Phật Pháp tỏ đạo mầu.

Nguyện cho ba chướng tiêu tan

Phiền não dứt sạch, huệ căn sang ngời

Cầu cho con được đời đời

Hành Bồ Tát Đạo, cứu đời lầm than.

Nguyện sanh Tây Phương, cõi Lạc Bang

Cha mẹ, sen vàng chín phẩm sanh

Hoa nở, thấy Phật, quả viên thành

Các vị Bồ Tát bạn lành với ta. (o)

PHỤC NGUYỆN

Nam Mô U Minh Giáo Chủ, Cứu Khổ Bổn Tôn, Cứu Bạt Minh Đồ, Đại Nguyện Địa Tạng Vương Bồ Tát tác đại chứng minh.

Nam mô Tam Bảo chứng minh oai thần hộ niệm, Bồ tát, Long thiên, Phạm vương Đế thích và bốn Thiên vương Thiên long bát bộ, Hộ pháp Thần vương, Diện Nhiên Đại Sĩ cùng tất cả thiện thần thùy từ ủng hộ.

Hôm nay chúng con là... (Tỳ Kheo Ni...., Sadini...) cùng với các Phật tử chùa Hương Sen, Perris, California, một dạ chí thành thiết lễ cúng thí chẩn tế mười hai loại cô hồn, phúng tụng kinh A Di Đà, Mông Sơn Thí Thực, xưng tán hồng danh cùng niệm Phật công đức.

Nguyện đem công đức này hồi hướng cầu siêu cho hương linh... (tên, pháp danh, hưởng thọ) cùng cửu huyền thất tổ, nội ngoại hai bên, phụ mẫu quá vãng nhiều đời, nhiều kiếp của chúng con và tất cả các hương linh ký tự tại Chùa Hương Sen, anh hùng chiến sĩ, vì nước hy sinh, đồng bào tử nạn, mười hai loại Âm Hồn Các Đẳng, vất vưởng thê lương, không nhà không cửa, không nơi nương tựa, đói khát thảm thương, hoặc nơi chiến trường hoang dã, ngã gục tan thây, hoặc nơi thâm sơn cùng cốc, rắn độc gấu beo, hoặc nơi sông sâu biển rộng, cá, sấu vây quanh, xé nát thân ra, từng manh miếng nhỏ. Tất cả oan hồn yểu tử, nay mời về núp bóng Từ Quang, dự đàn thí thực, nương nhờ Phật lực, câu kinh, sớm được siêu sinh Tịnh Độ. Ngưỡng mong Phật đức cao dày, từ bi gia hộ. (o)

Sau cùng, nguyện chúng con cùng tất cả chúng sanh đều sớm trọn thành Phật đạo.

Đại chúng đồng niệm: Nam Mô A Di Đà Phật. (o)

TAM QUY

Con nương theo Phật, cầu cho chúng sanh

Tin chắc Đạo cả, phát lòng vô thượng. (1 lạy) (o)

Con nương theo Pháp, cầu cho chúng sanh

Thấu rõ kinh tạng, trí huệ như biển. (1 lạy) (o)

Con nương theo Tăng, cầu cho chúng sanh

Kính tín hòa hợp, tất cả không ngại. (1 lạy) (ooo)

Nguyện đem công đức này

Hướng về khắp tất cả

Đệ tử và chúng sanh

Đều trọn thành Phật đạo. (ooo)

TỦ SÁCH BẢO ANH LẠC
do Ni Sư Tiến Sĩ TN Giới Hương biên soạn

1.1. SÁCH TIẾNG VIỆT

1. *Bồ-tát và Tánh Không Trong Kinh Tạng Pali và Đại Thừa.*

2. *Ban Mai Xứ Ấn -Tuyển tập các Tiểu Luận Phật Giáo (3 tập).*

3. *Vườn Nai – Chiếc Nôi.*

4. *Quy Y Tam Bảo và Năm Giới.*

5. *Vòng Luân Hồi.*

6. *Hoa Tuyết Milwaukee.*

7. *Luân Hồi trong Lăng Kính Lăng Nghiêm.*

8. *Nghi Thức Hộ Niệm, Cầu Siêu.*

9. *Quan Âm Quảng Trần.*

10. *Nữ Tu và Tù Nhân Hoa Kỳ.*

11. *Nếp Sống Tỉnh Thức của Đức Đạt Lai Lạt Ma Thứ XIV.*

12. *A-Hàm: Mưa pháp chuyển hóa phiền não, 2 tập.*

13. *Góp Từng Hạt Nắng Perris.*

14. *Pháp Ngữ của Kinh Kim Cang.*

15. *Tập Thơ Nhạc Nắng Lăng Nghiêm.*

16. *Nét Bút Bên Song Cửa.*

17. *Máy Nghe MP3 Hương Sen* (Hương Sen Digital Mp3 Radio Speaker): Các Bài Giảng, Sách, Bài viết và Thơ Nhạc của Thích Nữ Giới Hương (383/201 bài).

18. *DVD Giới Thiệu về Chùa Hương Sen.*

19. *Ni Giới Việt Nam Hoằng Pháp tại Hoa Kỳ.*

20. *Tuyển Tập 40 Năm Tu Học & Hoằng Pháp của Ni sư Giới Hương*, Thích Nữ Viên Quang, TN Viên Nhuận, TN Viên Tiến, and TN Viên Khuông.

21. *Tập Thơ Nhạc Lối Về Sen Nở.*

22. *Nghi Thức Công Phu Khuya – Thần Chú Thủ Lăng Nghiêm.*

23. *Nghi Thức Cầu An – Kinh Phổ Môn.*

24. *Nghi Thức Cầu An – Kinh Dược Sư.*

25. *Nghi Thức Sám Hối Hồng Danh.*

26. *Nghi Thức Công Phu Chiều – Mông Sơn Thí Thực.*

27. *Khóa Tịnh Độ – Kinh A Di Đà.*

28. *Nghi Thức Cúng Linh và Cầu Siêu.*

29. *Nghi Lễ Hàng Ngày - 50 Kinh Tụng và các Lễ Vía trong Năm.*

30. *Hương Đạo Trong Đời 2022* - Tuyển tập 60 Bài Thi trong Cuộc Thi Viết Văn Ứng Dụng Phật Pháp 2022.

31. *Hương Pháp 2022* (Tuyển Tập Các Bài Thi Trúng Giải Cuộc Thi Viết Văn Ứng Dụng Phật Pháp 2022.

32. *Giới Hương - Thơm Ngược Gió Ngàn*, Nguyên Hà.

33. *Pháp Ngữ Kinh Hoa Nghiêm* (2 tập). Thích Nữ Giới Hương.

34. *Tinh Hoa Kinh Hoa Nghiêm.* Thích Nữ Giới Hương. NXB Hương Sen.

35. *Phật Giáo – Tầm Nhìn Lịch Sử Và Thực Hành.* Hiệu đính: Thích Hạnh Chánh và Thích Nữ Giới Hương.

36. *Nhật ký Hành Thiền Vipassana và Kinh Tứ Niệm Xứ.*

37. *Nghi cúng Giao Thừa.*

38. *Nghi cúng Rằm Tháng Giêng.*

39. *Nghi thức Lễ Phật Đản.*

40. *Nghi thức Vu Lan.*

41. *Lễ Vía Quan Âm.*

42. *Nghi cúng Thánh Tổ Kiều Đàm Di.*

43. *Nghi thức cúng Tổ và Giác linh Sư trưởng.*

1.2. SÁCH TIẾNG ANH

1. *Boddhisattva and Sunyata in the Early and Developed Buddhist Traditions.*

2. *Rebirth Views in the Śuraṅgama Sūtra.*

3. *Commentary of Avalokiteśvara Bodhisattva.*

4. *The Key Words in Vajracchedikā Sūtra.*

5. *Sārnātha-The Cradle of Buddhism in the Archeological View.*

6. *Take Refuge in the Three Gems and Keep the Five Precepts.*

7. *Cycle of Life.*

8. *Forty Years in the Dharma: A Life of Study and Service—Venerable Bhikkhuni Giới Hương.*

9. *Sharing the Dharma -Vietnamese Buddhist Nuns in the United States.*

10. *A Vietnamese Buddhist Nun and American Inmates.*

11. *Daily Monastic Chanting.*

12. *Weekly Buddhist Discourse Chanting.*

13. *Practice Meditation and Pure Land.*

14. *The Ceremony for Peace.*

15. *The Lunch Offering Ritual.*

16. *The Ritual Offering Food to Hungry Ghosts.*

17. *The Pureland Course of Amitabha Sutra.*

18. *The Medicine Buddha Sutra.*

19. *The New Year Ceremony.*

20. *The Great Parinirvana Ceremony.*

21. *The Buddha's Birthday Ceremony.*

22. *The Ullambana Festival (Parents' Day).*

23. *The Marriage Ceremony.*

24. *The Blessing Ceremony for The Deceased.*

25. *The Ceremony Praising Ancestral Masters.*

26. *The Enlightened Buddha Ceremony.*

27. *The Uposatha Ceremony (Reciting Precepts)*

28. *Buddhism: A Historical And Practical Vision.* Edited by Ven. Dr. Thich Hanh Chanh and Ven. Dr.

Bhikṣuṇī TN Gioi Huong.

29. *Contribution of Buddhism For World Peace & Social Harmony*. Edited by Ven. Dr. Buddha Priya Mahathero and Ven. Dr. Bhikṣuṇī TN Gioi Huong.

30. *Global Spread of Buddhism with Special Reference to Sri Lanka*. Buddhist Studies Seminar in Kandy University. Edited by Prof. Ven. Medagama Nandawansa and Dr. Bhikṣuṇī TN Gioi Huong.

31. *Buddhism In Sri Lanka During The Period of 19th to 21st Centuries*. Buddhist Studies Seminar in Colombo. Edited by Prof. Ven. Medagama Nandawansa and Dr. Bhikṣuṇī TN Gioi Huong.

32. *Diary: Practicing Vipassana and the Four Foundations of Mindfulness Sutta*.

1.3. SÁCH SONG NGỮ (VIETNAMESE-ENGLISH)

1. *Bản Tin Hương Sen: Xuân, Phật Đản, Vu Lan* (Hương Sen Newsletter: Spring, Buddha Birthday and Vu Lan, annual/ Mỗi Năm).

2. *Danh Ngôn Nuôi Dưỡng Nhân Cách - Good Sentences Nurture a Good Manner*.

3. *Văn Hóa Đặc Sắc của Nước Nhật Bản-Exploring the Unique Culture of Japan*.

4. *Sống An Lạc dù Đời không Đẹp như Mơ - Live Peacefully though Life is not Beautiful as a Dream*.

5. *Hãy Nói Lời Yêu Thương-Words of Love and Understanding*.

6. *Văn Hóa Cổ Kim qua Hành Hương Chiêm Bái -The Ancient- Present Culture in Pilgrim.*

7. *Nghệ Thuật Biết Sống - Art of Living.*

8. *Nhật ký Hành Thiền Vipassana và Kinh Tứ Niệm Xứ - Diary: Practicing Vipassana and the Four Foundations of Mindfulness Sutta.*

9. *Dharamshala - Hành Hương Vùng Đất Thiêng, Ấn Độ, Dharamshala - Pilgrimage to the Sacred Land, India.*

1.4. SÁCH CHUYỂN NGỮ

1. *Xá Lợi Của Đức Phật* (Relics of the Buddha), Tham Weng Yew.

2. *Sen Nở Nơi Chốn Tử Tù* (Lotus in Prison), many authors.

3. *Chùa Việt Nam Hải Ngoại* (Overseas Vietnamese Buddhist Temples).

4. *Việt Nam Danh Lam Cổ Tự* (The Famous Ancient Buddhist Temples in Vietnam).

5. *Hương Sen, Thơ và Nhạc* – (Lotus Fragrance, Poem and Music).

6. *Phật Giáo-Một Bậc Đạo Sư, Nhiều Truyền Thống* (Buddhism: One Teacher – Many Traditions), Đức Đạt Lai Lạt Ma 14th & Ni Sư Thubten Chodren.

7. *Cách Chuẩn Bị Chết và Giúp Người Sắp Chết-Quan Điểm Phật Giáo* (Preparing for Death and Helping the Dying – A Buddhist Perspective)

2. ALBUMS NHẠC
Từ Thơ Thích Nữ Giới Hương

1. Đào Xuân *Lộng Ý Kinh* (The Buddha's Teachings Reflected in Cherry Flowers).

2. *Niềm Tin Tam Bảo* (Trust in the Three Gems).

3. *Trăng Tròn Nghìn Năm* Đón *Chờ Ai* (Who Is the Full Moon Waiting for for Over a Thousand Years?).

4. Ánh *Trăng Phật Pháp* (Moonlight of Dharma-Buddha).

5. *Bình Minh Tỉnh Thức* (Awakened Mind at the Dawn) (*Piano Variations for Meditation*).

6. *Tiếng Hát Già Lam* (Song from Temple).

7. *Cảnh* Đẹp *Chùa Xưa* (The Magnificent, Ancient Buddhist Temple).

8. Karaoke *Hoa* Ưu Đàm Đã *Nở* (An Udumbara Flower Is Blooming).

9. *Hương Sen Ca* (Hương Sen's Songs)

10. *Về Chùa Vui Tu* (Happily Go to Temple for Spiritual Practices)

11. *Gọi Nắng Xuân Về* (Call the Spring Sunlight).

12. Đệ *Tử Phật*. Thơ: Thích Nữ Giới Hương, Nhạc: Uy Thi Ca & Giác An, volume 4, năm 2023.

Mời xem: http://www.huongsentemple.com/index.php/kinh-sach-tu-sach-bao-anh-lac